மனதில் உதிர்ந்த பூக்கள்

பாகம் - 2

எழுத்தாக்கம்

திருமதி. ஆயிஷா ஜலீலா

M.A., B.Ed., M.Phil.,

என்னுரை

என்னைப் பற்றி சில வரிகள் ......

தூத்துக்குடி மாவட்டம், காயல்பட்டணத்தில் பிறந்து வளர்ந்த நான் பள்ளிப் பருவம்படிப்பு முதல், எண்ணத்தின் ஓட்டங்களை கிறுக்குவதுண்டு. நண்பர்கள் வட்டாரத்தில் அதற்கு அலாதிப் பிரியம். கல்லூரிக் காலங்களிலும் எழுதுவது பொழுதுபோக்கு.

துபாய் (அல் அய்ன்) எனும் ஊரில் ஆங்கில ஆசிரியை நான். எனினும் தமிழில் எழுதுவது தடைப்படவில்லை. நேரம் அனுமதித்தால் இன்னும் தொடரும்....

மனதை இதமாக்கும் நொடிகள் சில, அதனை கனமாக்கும் தருணங்கள் பல. இயற்கையின் அழகு, வாழ்வியலின் தன்மை, இவை நம்மை ஈர்பதுண்டு. அன்பு, நட்பு, காதல், உறவு, ஏமாற்றம், பிரிவு என வாழ்வின் பல பரிமாணங்களில் சிக்கித் தவிக்கும் நம் மனதின் வெளிப்பாடாக என்னுள் உதிர்ந்த மலர்களைக் கோர்த்துப் படைத்துள்ளேன். படிக்கும்போது சில பூக்களாக வருடலாம், இன்னும் சில முட்களாக நெருடலாம். உணர்ச்சிகளை உணருவோம் வாருங்கள் வாசிக்கலாம்.

இது என் இரண்டாவது படைப்பு. மனதில் உதிர்ந்த பூக்கள் பாகம் ஒன்றுக்கு ஆதரவு கொடுத்த நண்பர்களுக்கும் தமிழ் வாசிக்கும் அன்பு நெஞ்சங்களுக்கும் என் மனமார்ந்த நன்றி.

அதன் உந்துதலால் எனது இரண்டாவது படைப்பாக இதை சமர்ப்பிக்கிறேன், உங்கள் விமர்சனங்கள் என்னை ஊக்குவிக்கும். தவறுகளை சுட்டிக் காட்டினால் திருத்திக் கொள்வேன்.

வாழ்த்துங்கள் வளர்வேன்!!

பிரியமுடன்

திருமதி. ஆயிஷா ஜலீலா M.A., B.Ed., M.Phil.,

D/o. W.S.M. தாஹா - காயல்பட்டணம்.

afafsep22@gmail.com (whatsapp: +919789079496)

பொருளடக்கம்

1. அலுவலகம்

அன்றாட வாழ்க்கையின் அதிமுக்கிமான அங்கம்,
அன்னியர்களாய் அறிமுகம்,
அதுவே அன்னியோன்யமாக வரும் பல யுகம்.
வெளியுலகம் மறந்து- வேலையே உலகமாக
தன்நிலை மறந்து உழைத்து,
அடுத்த நிலைக்கு உயரும் வரை களைத்து.
சுகவீனத்திலும் சுழன்று பார்க்கும் வேலை.

விரும்பி செய்யாவிட்டாலும்
விதியே என செய்யும் சூழ்நிலை.
இளையவர்களுக்கு அதுவே வெற்றிப்படி,
முதியவர்களுக்கு தாங்கிப்பிடிக்கும் கைத்தடி.

மேல் அதிகாரிகளிடம் வாங்கும் வசை,
அதை கேட்டால்தான் என் குடும்பத்துக்கு
கொடுக்க முடியும் சந்தோச இசை.

வேலை பளுவிலும் தோழமைகள் அடிக்கும் லூட்டி,
மனதின் சோகங்களையெல்லாம் வைக்கும் பூட்டி.
வேலையில் ஓய்வு இல்லை என்பார்கள்
ஆனால் ஓய்வு கொடுத்துப்பார்-
எனக்கு வேலை இல்லை என்பார்கள்.

அலுவலகம் தான் உன் உலகம்,
அது இல்லை என்றால்-
உன்னை அறியாது வெளி உலகம்.

2. அன்பு

வர்ணிக்க வார்த்தை இல்லாத உணர்வு,

வயது வரம்பின்றி அனைவரும் ஏங்குவது,

ஏழை பணக்காரன் என்ற வித்தியாசம் இல்லாதது.

அன்பில் குற்றப்பிரிவுகள் இல்லை

அன்பிற்கு ஏது எல்லை.

கோடி கொடுத்தாலும் வாங்க முடியாதது,

கேடிப் பயலுக்குள்ளும் ஒளிந்து இருப்பது.

அன்பை பகிர்ந்தால்-

வாழ்வில் உயரலாம்.

3. அக்கா

என் அகராதியில் இதற்குத்தான் எத்தனை பெயர்கள்!!
சகோதரி, இன்னொரு தாய்,
என் உயிர் தோழி, என்னில் பாதி,
இப்படிப் பல பரிமாணங்கள்.

சிறு வயதில்- சிறுபிள்ளைத்தனமான
சண்டைகள் போட்டதில் எங்களை மிஞ்ச ஆளில்லை.
நாங்கள் செய்யாத சேட்டை இல்லை.
ஒருவருக்கொருவர் எதிரியாக நடந்து கொண்ட
பல அறியாத தருணங்கள் நினைவில் உண்டு.
ஒரு காலகட்டத்தில் அது மாறும்
என்று நான் அன்று அறிந்திருக்கவில்லை.

எனக்கு பிரச்சினைகள் வரும்போது
தோள் கொடுக்கும் முதல் ஆள் அவளே.
என் மனதின் எண்ண ஓட்டங்களை
நான் வெளிப்படுத்தும் முன்பே
எவ்வாறு தான் அவள் அறிவாளோ!!
அதுதான் இரத்த பாசமோ??

என்னைச் சுற்றி பல சொந்தங்கள் இருப்பினும்
நான் பெற்ற பிள்ளைகள், என் வாழ்க்கைத்துணை,
யாவரையும் விட என்னைப் பற்றி மிக அறிந்தவள்
அவள் மட்டும் தான்- என்று எண்ணுகையில் பூரிக்கிறேன்.

என் வாழ்க்கைப்புத்தகத்தை புரட்டிப் பார்க்கும்போது
பல அத்தியாயங்களில் அவள் நிறைந்து இருக்கிறாள்.
சிறு சிறு கிண்டல்கள், கேளிக்கைகள், மகிழ்ச்சி, இன்பம், துன்பம்,
என பல்வேறு நினை ஒலிகளில்
அவள் பெயர் முதலில் ஒலிக்கும்.

என் கண்ணில் கண்ணீர் துளிகள்
வெளிவரும் முன்பே துடைப்பதற்க்கு அவள் விரல்கள்
கண் இமையின் ஓரம் காத்திருக்கும் போது

நான் எப்படி அழுவேன்??

என் சிரிப்பின் பல கதைகளுக்குப் பின் இருப்பவள் அவளே..
வாழ்வில் நான் காணாத கஷ்டங்கள் இல்லை,
போராட்டங்கள் பல, அதற்க்கு எல்லாம் உறுதுணையாக
என்றும் எனக்கு பக்க பலமாக இருந்த
ஒரு ஜீவன் என் உயிர் சகோதரி.

அவள் இல்லாத ஒரு பக்கம்
என் வாழ்வில் உண்டா?? இருக்குமா?? அது சாத்தியமா??
என்று நான் வியக்கிறேன்!!
தாய்க்கு நிகர் யாருமில்லை என்று கேட்டதுண்டு.
எனக்கு இன்னொரு தாயாக
பிறவி எடுத்த என் உயிர் சகோதரியே!!

உன் அன்பு விலை மதிப்பற்றது.
உன் பாசம் பாகுபாடற்றது
என் இரத்தமும் உன் இரத்தமும் ஒன்று
என்பதால் மட்டும் தானா
எனக்கு ஏதாவது என்றால் உனக்குத் துடிக்கிறது!!
தான் ஆடாவிட்டாலும் தன் தசை ஆடும்
என்ற கூற்றை மெய்ப்பித்துக் காட்டியவள் நீ.

இத்தனையும் செய்யும் உனக்கு
கைமாறு செய்ய
இந்தப் பேதை தங்கையிடம்
என்ன உண்டு?? எண்ணிப்பார்க்கிறேன்!!
ஈடு செய்ய எதுவுமில்லை என்னிடம்.

என்னைப்படைத்த இறைவனிடம்
என் அன்புச்சகோதரிக்கு-
என்றும் நல்லதே நடக்க வேண்டும்,
மகிழ்ச்சியும், மன நிறைவும்,
வாழ்வின் எல்லா இன்பமும் பெற வேண்டும்,
என்று கையேந்தி இறைஞ்சுவதைத்தவிர
இந்த சிறு தங்கைக்கு
கைமாறு செய்யும் வழி ஏது ??

4. அன்னை மடி

ஆயிரம் கஷ்டங்கள் வந்தாலும்
ஆறுதல் அளிக்கும் ஒரே இடம்
என் அன்னையின் அழகிய மடி.

கரு வரையில் பூட்டி வைத்த
அதே இதமான உணர்வு.
பாலூட்டும் போது தலை கோதிய ஸ்பரிசம்.
எத்தனை வயதானாலும் என் அன்னைக்கு
நான் எப்பொழுதும் குழந்தையே.

அவள் மடியில் தலை வைக்கும்போது
கிடைப்பது எங்கும் கிடைக்கா நிம்மதியே.
நான் ஊட்டிய என் குழந்தையும்-
சமைத்து பரிமாறிய என் கணவனும்,
கேட்க மறந்த ஒற்றை சொல்,
நீ சாப்பிட்டியாமா?வந்து சாப்பிடு.
இவ்வுலகில் தாயை தவிர யார் கேட்க முடியும்??

ஒரு ஆணிற்க்கு அரவணைக்கும் மனைவி
இன்னொரு தாயாகலாம்.
ஆனால் ஒரு பெண்ணிற்கு
எத்தனை சொந்தங்கள் வந்தாலும்
அவள் தாய்க்கு ஈடாக யாருமில்லை .

5. அறிமுகம்

எங்கிருந்தோ வந்து நமக்கு,
திடீரென பரிச்சயமாகும் உறவு.
சொந்தங்கள் கூட தராத -
சில பணிவான கனிவு .

இன்ப துன்பங்களை மனதார பகிர்ந்தது,
துவண்டு போனபோது தோள் கொடுத்தது,
தனிமையில் தவிக்கையில் உடனிருந்தது.

எங்கிருந்தோ வந்தது என் அருகாமையில்.
இரயில் பயணமான வாழ்க்கை -
பல அறிமுகங்கள் ஏறுவதும்,இறங்குவதும்,வாடிக்கை
பிரிய மனம் மறுப்பதில் என்ன வேடிக்கை!!

6. கர்வம்

வேண்டாத பண்பாக சொல்லக்கேட்டேன்,
நாம் கொள்ளும் கர்வத்தால் பிறருக்கு
ஒரு படிப்பினை என்றால் கர்வம் தவறில்லை.

அம்மா சமையல் தனி சுவை தான்,
அதற்கு ஈடு இல்லை-
என்று பெற்ற பிள்ளை சொல்வதை
கேட்கும் தாய்க்கு வரும் கர்வம் சுகமானது.

கூலி வேலை பார்த்து
சிந்தும் வியர்வை துளியை துடைத்து
கையில் வாங்கும் கூலி தரும் ஒரு வித கர்வம்.

மனம் துவண்டு துன்பங்கள்
துரத்தி அடிக்கும் பொழுது
தோளோடு தோள் சேர்க்க
நமக்கென ஒரு ஜீவன் இருந்தால்,
கண்ணீரை மறந்து
மனதில் எட்டிப்பார்க்கும் ஒரு கர்வம்.

சண்டை சச்சரவோடு வாழும்
பல தம்பதியர் இருக்கும் காலத்தில்
ஒருவருக்கொருவர் புரிந்து கொண்டு
இணையற்ற தம்பதியராய் வாழ்வதில் ஒரு கர்வம்.

பிஞ்சிலங்குழந்தையாய் பார்த்த மகன்
தோளுக்கு   மிஞ்சி வளர்ந்த வளர்ச்சி தரும் கர்வம்.

நம்மை ஏளனமாய் எண்ணியோருக்கு மத்தியில்
வாழ்ந்து காட்டும் போது வரும் கர்வம்.

நமக்கு சொந்தமான ஒன்று நம்மை விட்டு போகாமல்
நம்மையே அண்டிக்கிடப்பது தரும் கர்வம்.

நம் கை பிடித்து நடந்த பிள்ளை
நாம் நடக்க கை குடுக்கும் போது பெரும் கர்வம்.
பிறரை காயப்படுத்தாத கர்வம் தவறில்லை.

7. இளமை

இருக்கும்போது தெரியாது அதன் அருமை
ஏங்கும்போது உணரும் வெறுமை.
துள்ளல், ஏக்கம், அன்பு, அரவணைப்பு,
என பல ரகங்களை கொண்டது.
ஒவ்வொருவர் வாழ்வின்
வசந்த காலம் அது.

வாலிப வயதின் வண்ணக்கோலங்கள்
கனவுகளைச் சுமக்கும்
இதய தாபங்கள்.
இமைக்கும் நேரத்தில்
பஞ்சாய் பறக்கும் இளமை.

அதற்க்காக மனம் ஏங்கும்-
முதுமையில் மட்டுமே அறியும் அதன் அருமை.

இளைஞர்களே!! இளமையை இனிப்பாக ரசித்திடுங்கள்
வீணாக செலவிடாமல் திட்டமிட்டு
அணு அணுவாய் ரசித்து
இன்பமாய் இணைந்து இருங்கள் இளமையுடன்!!

8. இழப்பு

ஈடு செய்ய முடியாத தவிப்பு,
அனுபவிப்பவர் மட்டுமே உணரும் அதன் பாதிப்பு.
கோடி கொடுத்தாலும், திரும்ப பெறமுடியாதது.

ஓர் உயிரின் அருமை, பிறப்பை விட
அது நம்மை விட்டு பிரியும் போது தான் புரியும்.
உயிரின் இழப்பு மிகப்பேரிழப்பு.

ஓடி ஓடி சேர்த்த செல்வம்,
ஒரு நொடியில் இழந்தால்,மறு நொடி நிர்கதி.
சிரித்துப்பழகிய நட்பை, சிந்திக்காமல் இழந்தால்
சிறகொடிந்த பறவையின் நிலைமை.

அலைந்து திரிந்து தேடிய வேலை
அலட்சியத்தால் இழக்கும்போது, ஆறாத துயரம்.
இழப்பு என்பது எளிதல்ல,
எண்ணிலடங்கா உணர்ச்சிகள் கொண்ட
மனிதனின் மன உளைச்சல்.

9. இயற்க்கை

சில்லென வீசும் இளங்காற்றின் இதம்,
இலகுவாக்கும் இதயத்தின் ரணம்.
இயற்கையின் ஸ்பரிசம்-
இளம்பெண்ணின் இனிய வாசம்.
அர்த்தம் தேடும் பலர் வாழ்விற்க்கு,
ஆதராமாக அமையும்.
இயற்க்கையுடன் இணைவோம்-
இதயத்திற்க்கு இதம் தருவோம்.

10. நம்பிக்கை

நம்பிக்கை ஒவ்வொருவரின் வாழ்வின் - அச்சாணி.
நம் அமைதியின் பயணத்தின்- ஊன்றுகோல்.
அதில் விழும் சிறு விரிசலும்,பேரிழப்பே!!
விரிசலின் துவக்க நிலையில்,
சரி செய்தாலன்றி,
வாழ்வையே அழிக்கும் அசுரனாக மாறும்.

11. மகன்கள்

சரிந்து விழ இருக்கும் தாய்க்கு,
தாங்கிப்பிடிக்கும் தூண்கள்.
பிடிமானம் இல்லா வாழ்விற்க்கு ,
பிடித்து எழும் ஊன்றுகோல்கள் .

நாம் துச்சமாக எண்ணும்
சில உறவுகளுக்கு மத்தியில்,
மிச்சமாக இருக்கும் ஈருயிர்கள்.
சுழற்றி அடிக்கும் இன்னல்களை,
விரட்டி அடிக்க, வீரமாய் கோர்த்து
நடக்க இரு கைகள்.

மகன்கள் இருக்கும் பெற்றோருக்கு,
யுகங்கள் பெரிதாய் தெரிவதில்லை.
கஷ்டங்கள் பல பட்டாலும்,
இஷ்டமான பிள்ளைக்கு என்றால்
எதுவும் எளிது தான்.
பிள்ளையே வாழ்வின் அர்த்தமாக இருக்க
அர்த்தமற்ற, காயப்படுத்தும் பிற உறவுகளை
துச்சமாக எண்ணினால்
வாழ்வில் இன்பம் மட்டுமே மிச்சமாகும்.

புரியாத இந்த வரிகள் புரிந்து கொள்பவர்களுக்கு சமர்ப்பணம்

12. மரணம்

நினைத்தாலே நெஞ்சை உலுக்கும் உணர்வு.
யாரும் விரும்பாத விருந்தாளி.
ஒவ்வொரு உயிரின் உச்சக்கட்டம்.
ஓடினாலும் ஒளிந்தாலும்
தப்ப முடியாதது.

வயோதிகனோ,வாலிபனோ
பச்சிளங்குழந்தையோ, என
பாகுபாடறியா கல் நெஞ்சன்.

கடமையைச்செய்யும்
கடவுளின் ஓர் அடிமை.
மறுநொடி சொந்தமில்லாமல்
மரணத்தின் பிடியில் வாழும் மானிடனே!!

கொண்டு வந்தது ஒன்றுமில்லை,
கொண்டு போவதும் ஒன்றுமில்லை,
நிதர்சனத்தை உணர்ந்தால் -
வாழ்வில் அமைதி நிச்சயமே.

13. மயானம்

ஏழை முதல் செல்வந்தர் வரை
பொதுவான நிலம்.
பணம், பட்டா, பதிவு
எதுவும் தேவையில்லை.
சொந்தங்கள் சூழ்ந்து,
மனமுவந்து தரும் இலவச நிலம்.
ஆறடி மட்டுமே நியமிக்கப்பட்டது.

காற்றோட்டம், வாஸ்து,
எதுவும் பாராமல் கட்டப்படும் இடம்.
அருகில் உறங்கும் அண்டை வீட்டுக்காரரின்
அனுசரணையோ, அவசரமோ,
இல்லாத -அமைதியான வீடு.
இத்தனை குணங்கள் கொண்டாலும்.
இதற்க்கு மட்டும் ஏனோ-
விளம்பரம் இல்லை!!!

14. மூத்த பிள்ளை

திருமண வாழ்விற்க்கு கிடைத்த பரிசு.
தாய், தந்தை, என்ற புதிய பரிமாணம் கொடுத்தவர்,
ஒவ்வொரு பெற்றோரின் முதல் அனுபவம்.

மலடி என்று சொல்லிலிருந்து காத்து-
தாய் என்ற இன்சொல் தருபவர்.
வெட்டியாக சுத்தியவனுக்கும்,
வேலைக்குப் போகும் பொறுப்பை உணர்த்தும் உறவு.

தம்பதியர் என்ற ஸ்தானத்திலிருந்து
பெற்றோர் என்ற பதவி உயர்வு.

கையில் ஏந்தி குழந்தையாக வாங்குவது முதல்,
மணவரையில் கைப்பிடித்துக் கொடுப்பது வரை-
எல்லாம் முதல் முயற்சியே.

எத்தனை பிள்ளை பெற்றாலும்
முதல் பிள்ளை என்றும் தனித்துவமே!!

15. பிள்ளை செல்வம்

விந்தாக நுழைந்து உயிராக உருமாறிய
அந்த கணம் முதல்இக்கணம் வரை
என் உலகமாய் மாறியவன்.
கருவறையில் உருவம் தெரியாத
அந்த பிஞ்சு உயிர் ஏற்ப்படுத்திய மாற்றங்கள் பல.

உறக்கம் மறந்து, உண்ண மறந்து
வாழ்வின் வழக்கம் நீ மாற்றிய போதும்
எதற்கும் தோன்றவில்லை சலிப்பு ,
எல்லாம் ஒரு புது உறவின் எதிர்பார்ப்பு.

பிடித்தவற்றை உண்ண முடியாமல்
விருப்பம் இல்லாதவற்றை வெறுப்பை தள்ளி
பிள்ளைக்காக உண்டு இப்படி பல.
பத்து மாதம் முகம் அறியாவிட்டாலும்
தொட்டு தொட்டு உணர்ந்த பாசம்.
கற்பனையான அந்த முகத்தின் மீதி ஒரு மோகம்.

அசைவின் அர்த்தங்கள் அறிந்து
செயல் பட்ட தினங்கள்
முகம் காணாத அந்த உயிர் மேல்
உயிராய் வைத்த நேசம்
உறக்கம் விட்டோடியது
பழக்கம் பல மாறியது.

வலியின் உச்ச கட்டமாய் பிரசவ நிமிடத்தில்
கையில் தவழ்ந்த அந்த குழந்தை
ஆஸ்கார் அவார்டை விட பெருமையாய்
தோன்றிய அந்த நெகிழ்ச்சி.

உதிரம் போக்கி உடல் தளர்ந்த நிலையிலும்
சின்னக் கைகளைப் பிடித்து
சந்தோச சிரிப்பில்
பிள்ளையின் தலை வருடும் இதம்.
வாழ்நாளில் ஒரு தாயின் மாபெரும் சுகம்.
பிள்ளைச் செல்வம் கோடி கொடுத்தாலும்
கிடைக்காத பொக்கிஷம்.

16. பிள்ளை

அதிசயமாய் கிடைத்த ஆனந்தப்பரிசு.
உதிரம் தள்ளி உயிராய் உருவெடுத்த, வாழ்வின் அர்த்தம்.
உருவமில்லா அசைவினை
உணர்த்திய பேரின்பம்.

தனிமை அகற்றி பிரசவம் வரை
முகம் தெரியாத
மழலையிடம் பேசிய நாட்கள்.
ஊர்ந்து போகும் அசைவினை
தொட்டுப்பார்த்து பிறரிடம்
பகிர்ந்த ஆனந்தம்.
கொள்ளை ஆசையாய் அள்ளி எடுத்து
அணைக்க காத்திருந்த10 மாதங்கள்.

உயிர் போகும் பிரசவ வலி எனினும்
உன் முகம் பார்த்த போது
பெரிதாய் தோன்றவில்லை.
அன்று முதல் இன்று வரை
என் உலகமாய் நீயே.
எத்துணை வயதானாலும்
நீ எனக்கு குழந்தையே !!

17. <u>பிரிவு</u>

ஓர் உறவின் பிரிவு உன் மனதை
பாதிக்கவில்லை என்றால்
அது அர்த்தமற்ற உறவாக கருதப்படலாம்.

உறவுகள் உணர்ச்சியின் பிம்பங்கள்
பிரிவுகள் உணர்த்தும் உறவின் முக்கியத்துவம்
வழிப்போக்கனின் பிரிவிர்க்கும்
வாழ்க்கைத்துணையின் பிரிவிர்க்கும்
வேறுபாடில்லை எனில்
வாழ்ந்த வாழ்வில் அர்த்தமில்லை.

பிரிவைக்கேட்டால் சொல்லும்
உன் உண்மை மனதை
உன் வாழ்வில் ஒருவருக்கு
இருக்கும் உரிமையை.
சில பிரிவுகள் ரணத்தை ஏற்படுத்தலாம்
சில பிரிவுகள் அமைதியை தரலாம்
சொந்தங்கள் சுகமாவதும் சுமையாவதும்
காலத்தின் கோலமே!!

18. ரோஜா

ரோஜாவின் அழகு
கண்களுக்கு குளிர்ச்சி.
பார்ப்பவர்களுக்கு அதன்
அழகு மட்டும் தான் தெரியும்.
ரோஜாவிற்க்கு மட்டும் தான் தெரியும்,
முட்களுக்கு மத்தியில்
தான் எவ்வாறு மலர்ந்தது என்று.

இதைப் போலத்தான் வாழ்க்கை.
வெற்றியின் பிரகாசம் மட்டுமே
பிறர் கண்ணுக்கு
ஜொலிப்பதாகத் தெரியும்.
வெற்றி பெற்றவருக்குத் தான் தெரியும்,
ரோஜாவின் முட்களை போல
எத்தனை கடினங்களுக்கு மத்தியில்
வெற்றி பெற்றோம் என்று.

வெற்றியின் கனி சுவையானது
அதை பறிக்கப் போகும்
பாதை என்றுமே
கடினமானது தான்.

19. <u>சீரில்லாதோர் சிந்தனைக்கு</u>

சினங்கொண்டு அலையும்
சீரில்லாதோர் சிந்தனைக்கு.
மாணவர்களின் பொறுப்பைத் தட்டிக்கழித்து
வெறுப்பைத்தூண்டி விடும்
சில்லறைத்தனம் ஏன்??

ஏவுகணையும், எவரெஸ்ட்டும்,
எட்டும் நிலைக்கு எடுத்து வரத்துடிக்கும்
துடிப்புள்ள மாணவ சமூகம்.
ஏவுபவர்களின் எண்ணம் அறியாது
எடுத்தெறிந்து துண்டைத்தூக்கும் அவலம் ஏன் ??

காவியம் பாட வேண்டியவர்களை,
காவி கோஷம் போடத்தூண்டுவது ஏன்??

பாகுபாடில்லாத தோழமை,
பிரித்துப்பார்க்காத பிரியம்,
இவை தானடா நாங்கள் கண்ட மாணவப்பருவம்.

சரித்திரம் காணாத வரலாறு
வரைமுறையில்லா வன்மம்
பாரதத்தின் இளைய தலைமுறையினை
இனம் தெரியாமல் சிதைப்பது ஏன்!!

கற்ற கல்வி எங்கே? பெற்ற ஞானம் எங்கே?

சிந்திக்க மாட்டாயா!!

உடையின் மீது உனகென்ன உரிமை?
உன்னதமான மார்க்கத்தின்
உரைகளை கேட்டாயா?
இந்து முஸ்லீம் இனக்கத்தின்
வரலாறு படித்தாயா ?
மதக்கலவரத்தைத்தூண்ட நினைக்கும்
வீனர்களின் வீரியத்திற்கு
இறையாகாதே இளைய சமூகமே.

சுனாமியிலும் வெள்ளத்திலும்
துடித்த சொந்தங்களை
காவியா? சிலுவையா?தொப்பியா?
என்று பிரித்துப்பார்த்திருந்தால்
இன்று பல உயிர்கள்
இம்மண்ணில் ஊசலாடியிருக்கும்.

துரத்தி விடு உன்னைத்தூண்டும்
துஷ்ட சக்தியை.
துள்ளி வந்து துடிப்புடன் துணை நிற்போம்.
விழித்தெழு- உண்மைக்கு
உரிமைக்குரல் கொடு.
நட்பிலும் ,அன்பிலும்,
தோளுடன் தோள் சேர்த்து
நிற்கும் நாம் - என்றும் ஓர் சமூகம்.

20. சொந்தம்

சொத்தில் பங்கு கேட்பதா?
சொகுசு காரில் உடன் வருவதா?
சொல்லிப்புரிய வைக்கும் இரத்த பந்தமா?
உண்மைசொந்தம் இவையல்ல-

நீ துவண்டு போய் தலை குனியும் போது,
உன் அருகில் வந்து உன் நாடியை தூக்கி,
உன் முகத்தில் புன்முறுவலை வரவைப்பது .
சோர்ந்து போய் தளர்வாய் நிர்க்கையில்,
தோளோடு தோள் சேர்த்து தூக்கிப்பிடிப்பது.
எள்ளி நகையாடும் எதிரிகளிடையே-
என் துணையுண்டு என்ன செய்வாய்??
எனச்சொல்லும் தைரியம்.

சொந்தம் என்பது உடன் பிறந்ததோ,
இரத்த பந்தமோ மட்டுமல்ல,
உனக்கென்று வரும்போது ,
உடனிருந்து உயிர் துடிக்கும் உறவுகள் எல்லாமே
உன் சொந்தம் தான்
அதுவே உண்மைச்சொந்தமும்.

21. சுதந்திர காற்றை சுவாசிப்போம்

அடிமைகளாய் அண்டிப்பிழைத்தது அக்காலம்,
ஆசைப்பட்டதை சுயமாய் செய்யும் திறன் இக் காலம்.

வீரம் வீரியத்தில் அன்று-
வீரத்தின் மண்வாசனை வீசுவது இன்று.

சொல்லுரிமை இல்லாது செக்கிழுத்தோரின் வரலாறு,

பேச்சாளர்களின் சொல்லாற்றலில்
பாய்ந்து ஓடும் தமிழ் நாட்டின் ஆறு.

வீட்டுக்குள் பெண்ணை பூட்டி வைத்த காலம் போய்

ஏட்டையும் நாட்டையும் ஆளும் அதிகாரம் பெற்றாள் பெண்.

தியாகச் செம்மல்கள்
சிந்திய குருதி,
நம் வாழ்வை நம் வசப்படுத்தியது உறுதி.

கொலை கொள்ளை திருட்டு
இவைகளில் இல்லை சுதந்திரம்
அன்பை பகிரவும் அரவணைத்து வாழவும்
அழகாய் மலர்ந்தது சுதந்திர மலர்கள்.

வீணற்ற செயல்களினால்-
பெற்ற சுதந்திரத்தை வீணடிக்காமல், விரைந்து முன்னேற்றப்பாதையில்
செல் தமிழா!

ஒன்று கூடி அனைவரையும் நேசிப்போம்,
பெற்ற சுதந்திர காற்றை சுவாசிப்போம்.

22. தாய்மை

தாய்மை எனும் தூய்மை
தாய்மைக்கு என்றும் ஒரு பெருமை
அவள் அன்பில் தன்னிகரில்லா ஒரு தூய்மை.

ஒற்றைச்சொல் எனினும் அனைவரையும்
கட்டி இழுக்கும் காந்தச்சொல்.
அவளின்றி அனுவும் அசையாது.

அம்மா எனும் மந்திரம்
சிறு வயது முதல் முதுமை வரை
பாதுகாக்க நினைக்கும் பொக்கிஷம்.
தன்னலமின்றி உழைப்பவள்.
தன் விருப்பம் என்ன என்று நினைக்க மறப்பவள்.

நீ ஒரு மருத்துவரானாலும் உன் நலம் விசாரிப்பது
உன் தாய் மட்டுமே.
ஆசிரியர் என்றாலும்-
உனக்கே கற்றுக்கொடுப்பவள் உன் தாய்.

உண்ண மறப்பாள் - ஊட்ட மறக்கமாட்டாள்,
சிரிக்க மறப்பாள்- தன் பிள்ளையை,
சிரிக்க வைக்க மறக்கமாட்டாள்.
தன்னலம் பாராமல் உழைப்பவள்
பிள்ளையின் நலனுக்காக உடல் இளைப்பவள்.

கர்ப்பத்தில் அறியாத
அந்த பிஞ்சு முகம் மீது
இணை இல்லா இணக்கம் கொள்பவள்.
உதிரம் போக்கி பெற்று எடுப்பாள்
தன் உயிரையே தந்து காப்பாள்!
தன் பிள்ளை வளர்ச்சியில் இன்பம் கொள்வாள்.

பெற்ற பிள்ளைக்காக எதுவும் செய்வாள்,
பிறர் இன்சொல் பொறுக்க மாட்டாள்.
பிள்ளை இல்லாமல் இருக்க மாட்டாள்
எதையும் விட்டுக்கொடுப்பாள் பிள்ளைக்காக
எதற்காகவும் விட்டு கொடுக்க மாட்டாள் பிள்ளையை
அன்னை ஒரு பொக்கிஷம்
புரிந்து நடந்தால் வாழ்வே சந்தோஷம்.

23. தம்பதியர்

ஒருவரை ஒருவர் அறியும் முன்பே
உடலால் இணைந்து உயிராய் கலப்பவர்கள்.
ஆசா பாசங்கள் அனைத்தையும்
தன் துணைக்காக மாற்றுபவர்கள்.

வாழ்க்கைத் துணைக்காக
வாழ்நாள் முழுவதும் அர்ப்பணிப்பவர்.
உடலால் ஓர் உயிரை சுமப்பதும்
உயிராய் அந்த உறவை வளர்ப்பதும்
இருவரும் பகிர்ந்து செய்பவர்கள்.

உண்மை தம்பதியர் வெகு சிலரே
மனங்கள் இணைந்தால் பிரிவது மிக கடினமே.

24. தனிமை

தனிமையின் கொடுமை,
அனுபவித்தால் தான் தெரியும்.
அதன் தாக்கம்-சொல்ல இயலாத ஓர் ஏக்கம்.

பெற்ற பிள்ளைகளை பிரிந்து,
தனிமையில் இருக்கும் தாய்,
தன் சிரிப்பில் மறைத்து வைத்திருக்கும்
தனிமையின் ஏக்கம்-
நீ தனிமையை அனுபவிக்கும் வரை
அதன் கொடுமை சொன்னாலும் புரியாது.

துணையின் கரம் பிடித்து,
கஷ்டங்களை கடந்த நாட்கள்.
துணையின் பிரிவில் ,
உலகம் இருண்டது போல் ஏதோ பிம்பம்.

தனிமையில் தவிப்பவர்களை அரவணைப்போம்
தனிமையிலிருந்து நம்மை காத்த இறைவனை தொழுவோம்.

25. துருக்கியின் துயர நிலை

பச்சிளம் குழந்தைகளின்
பரிதாப மரணம்.
உயிர் பிழைத்ததா? பிரிந்ததா?
என பதபதைத்து தேடி எடுக்கும்
நெஞ்சை உருக்கும் காட்சிகள்.

பார்த்துப் பார்த்து கட்டிய
கனவு இல்லம்.
நொடியில் நொறுங்கும் என்று
யாரும் நினைத்துப் பாத்திருப்பார்களா??

குடும்பமாக கொஞ்சி
குலாவிய குரல்கள்.
யார் எங்கு இருக்கிறார்கள்
என்று தேடி கதறும் அலறல்கள்.
நினைத்துப்பார்க்க முடியவில்லை
அவர்கள் நிலையை.

பணத்தின் பின் ஓடும் மனிதர்களே!
பிணத்தை தேடி ஓடும்,
நிலையை கண்டீர்களா??
புதையல் வேட்டையை

கண்டு இருப்பீர்கள்.
ஆனால் இந்த பிண வேட்டை
ஈரக்குலையை நடுங்க வைக்கிறது!!

துருக்கியின் துயர நிலை
நெஞ்சை பிழிந்து எடுக்கிறது.
கோடி கோடியாய் பணத்தை
இறைத்து கட்டிய வீடு,
பாசமாய் நேசமாய் இருந்த உறவுகள்,
கண் இமைக்கும் நேரத்தில்
எல்லாம் இல்லாமல் போனது.

வாழ்வு இவ்வளவு தான்-
ஆட்டி வைப்பவன்
இறைவன் மட்டும் தான்.

26. வெளி நாட்டு வேலை

ஆசையாய் தேடி வந்தது அத்துனையும் நாடி வந்தது.
அரும்பு மீசை வந்த போது -
விரும்பி வேலைக்குவந்த நாடு.

தோளில் குடும்ப சுமை சுமந்து,
உடலின் உத்வேகத்தை திறந்து,
வெளி நாட்டு வேலைக்காக வந்தவன்.
பாசமும், நேசமும், அரவணைப்பும், கண்டு வளர்ந்தவன்.
மாறியது எல்லாம், ஒரு வேலையில்.

கண்டவனிடமும் பேச்சு வாங்கவும்,
சாப்பிட்டியானு கேக்க ஆளில்லாமலும்,
தூக்கமில்லை, வலிச்சா தேய்ச்சு விட நாதியில்லை.

என் சொந்தம் பீஸ்ஸா சாப்பிட,
நான் காசு அனுப்பிட்டு
இங்க கிடைக்குற ஒரு காய்ந்து போன குபுச
நான் திண்ணும் நிலைமை.
பண்டிகைகளுக்கு புது துணி
ஊர்ல என் சொந்தம் எடுக்க,
குறைஞ்ச செலவுல ஒரு துணி
வெளி நாட்டுல போட்டா போதும்னு என் நிலை இருக்க.

சிறுகச்சிறுக காசு சேர்க்கனும்
சின்ன தங்கை மணமுடிக்கனும்.
அப்பா அம்மா ஆஸ்பத்திரி செலவை பாக்கனும்,
கடைசி தம்பி நல்ல படிப்பு படிக்கனும்.
அன்பு அக்காவுக்கு வலைகாப்பு பண்ணனும்
அல்லும் பகலும் உழைத்தது
கடமைகளை மனம் நினைத்தது

காலங்கள் உருண்டோடியது
கடமைகள் கொஞ்சம் நிறைவேறியது.
அப்பாடான்னு உக்கார நினைக்கையில்,
அப்படியே மணவரையில் உக்கார வச்சிட்டாங்க.
மனதோடு மனம் சேர
சேர்த்து வச்ச கனவுகள் நிறைவேற.
கொஞ்ச நாளில் விடுமுறை விடைபெற்றது
ஆசை மனைவியின் மல்லிப்பூ மணம் மாறும் முன்னே
மனச கல்லாக்கிட்டு ஏக்கங்களை மனசுல சொமந்துகிட்டு
அடுத்த ஃபிலைட்ல அழுகாத குறையா ஏறி
மீண்டும் அழைக்கும் அதே வெளிநாட்டு வேலை.
இன்னும் மனைவிக்கும் மக்களுக்கும் உழைக்கணும்ல.

இளமை இறுகிப்போக உழைப்பு பழகிப்போக
பழகிக்கொண்ட வாழ்க்கை

புள்ள பொறந்தா போன்ல பாத்துக்கொள்ளும் கொடுமை.

என் எச்சில் பிள்ளை கன்னத்தில் படும் முத்தம் ,

அதில் கிடைக்கும் சந்தோஷம்.

இவை எல்லாம் கனவாகவே -

தலையணைக்கு போறது என் பிள்ளை நினைவாகவே.

அப்பானு ஆசை சொல் கேட்கவும் ,

ஆசை பிள்ளைய பாக்கவும்,

பிஞ்சி விரலை புடிச்சி வருடவும் ,எவ்வளவோ ஏக்கம்.

மாதம் ஒடுது, என் புள்ள வளருது.

பெத்த புள்ளைய ஆசையா பாக்க ஒரு வருஷம் கூட ஆகுது.

வேலை தந்த வெளி நாடு

என்ன சொல்ல என் பாடு.

அரும்பு மீசை யுடன் வந்தவன்

நரை முடியோட ஊர் போன எத்தனையோ

வெளி நாட்டு ஆண்களின் கதை ஏராளம்.

எல்லாம் கேட்டுட்டு வேலை தேடி வாங்கப்பா தாராளம்.

27. A Teacher's Voice

My dear students, you are the reason I stand here today.
When we first met, we were strangers in every way.
But as the days unfurled, we began to truly see—
Each other's worlds, hearts, and shared history.

There were moments when my voice grew firm and clear,
And others when we spoke in whispers, soft and near.
Between lessons and laughter, we shared so much more—
Stories, dreams, and joys we hadn't known before.

This journey at school was made brighter by you,
By the calm you brought and the kindness you drew.
In a year's time, we gathered not just success,
But moments and memories I deeply possess.

Now, as we pause and part for a while,
I hope you return with colour and smile.
Know that your absence will echo and stay—
A quiet space in my life each day.

I wait with warmth to see you once more,
To open again our classroom door.
Wishing you a summer both blessed and bright,
Full of colour, wonder, and light.

28. Farewell to Masks

A product of an unwelcomed guest,
Which held us back from bed rest.
Employed with a vital role in our life,
In the recent years of strive.

Prioritized amidst the other costumes-
Felt the presence with every single breath.
Consistently the hand goes up,
To ensure the mask is lifted up.

One thing which overtook the whole world
Nothing was possible when it was un fold.
At this juncture bidding farewell to you beloved mask
Who took place in most of our task.

Though it's a feeling of bidding farewell to a comrade
Ecstatically elated restoring our life to a glade.
Goodbye masks,
Let's get into our tasks.

29. Winter break

It’s one of the best vacation,

Where people opt for staycation.

Here goes the loving cry of a teacher:

My beloved little hearts!

The corridors will be empty,

When you are not around my pretty.

I will miss your noise,

Which is always the lovely voice.

The repeated permissions for water and washrooms,

Still remain ringing in my ear rooms.

The smart boards rests-

in the absence of my smart wards.

The void in the school can’t be filled-

by the happiness in the pool.

Love you and miss you my lovable students.

Remember the love of your teacher.

Reminds you in her prayer.

Eagerly awaiting your back to school,

I wish you to enjoy the break and stay cool.

www.ingramcontent.com/pod-product-compliance
Lightning Source LLC
LaVergne TN
LVHW070859210926
848482LV00016B/977